WANDERLUST

(A Collection of Hearts and Thoughts)

by

Belle Jacobs

Edited by Marie Ezekiel
Designed by Tess Ritumalta
Images by canva.com

ISBN:
Hardbound-978-621-470-193-3
MOBI/KINDLE-978-621-470-194-0
Softbound/Paperback-978-621-470-195-7

Published by:
Poetry Planet Book Publishing House
Rosario, Pozorrubio, Pangasinan, Philippines
Contact Number: 09554960094
Email: maritesritumalta@gmail.com

For Lia,

Celebrate life for I didn't.

Fall in love and be wise, for I wasn't.

These are the thoughts of a woman whose mind is in chaos and whose heart is in turmoil.

She's complex.

She's difficult.

She's undecided.

She would often stare at blank walls and think of a life that she chose not to live.

She has regrets. But, she can no longer turn back time and reverse all her bad decisions.

So, she writes.

As if words can heal the pain.

As if words can create wonder...

TABLE OF CONTENTS

POEMS

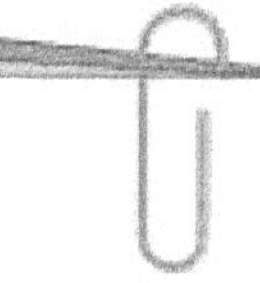

A Lost Soul

In the darkest corner of my mind
There lies a hint of doubt
That a thing visible to the naked eye
Is bared of truth,
Is it all a lie?

Enlighten this poor soul
Who has suffered enough
From all the insecurities
From words falsified.

That's a single act
You alone can do
Why?
Is that so huge a burden for you?

The Story Of My Deaths

I killed myself six times.
Yes, I did!
I stabbed my chest six times,
until I saw my corpse lying on the ground.

I was six when I learned that the home
I thought was perfect, was not perfect at all
I saw the exchange of hateful words
between two people, I considered my world.
It angered me much to wish I was dead
I was depressed and killed myself instead.

I was eleven when a demon visited me on my bed
and tried to steal my innocence
He did not succeed but left me hurting
So, I lost the trust and killed myself again
for feeling such excruciating pain.

I was nineteen when I first met the man
who I thought was meant to be 'The One'
But he broke me in million pieces
So I plunged into the abyss
Once again, I wished for my death
so the knife went straight into my chest.

I was twenty one when deprived of the chance
to smile, to sing, to dance
For I, who only wished to be loved
was ruined by one's greed for lust

I wept for the child unborn
and blamed myself, so it was my death I mourned.

I was twenty three when I had myself locked
In a prison for my selfish acts
My captor abused me for years
I drowned myself in fearful tears
so I killed myself to escape
from the iron bars I did hate.

I was forty when I finally saw
how I refused to grow
from the little girl with so much anger
who would always wander
in places where she didn't fit
For the last time, I killed her grief.

And now I am resurrected
alive, back from the dead
A new person, a woman that's free
from all the pain and misery.

Damsel

She once held the world in her hands
Then, she believed life would be grand
Oh! How clueless, how naïve was she!
and t'was too late for her to see.

That the world was just a fairy tale
where lies lurked behind an attractive veil
She thought of people
Of how they were pure
Then, found her self trapped in their allure.

But they wore a mask so cunning
It silenced her heart that was singing
And now, she seems like a nightingale
without voice, in this winding vale.

She, Who Once Believed

She, whose heart was pure
She who was so demure
Once, she vowed
To love, as witnessed by the heavens above

"Believe!' she told herself
That only love was her wealth
She, whose heart was so pure,
Was hurt and destroyed to the core.

Once she was mesmerized
With the glitters of her lover's lies
Then, she woke up
She realized her dreams were trapped

She who once believed
In the wonders of a love weaved
In thin threads and cheap wools
She, who was an obvious fool!

A Poet's Love

She'll go and reach the moon
and dance in a merry tune
She'll whisper of unspoken pleas
to put her lover in reverie

She'll catch fireflies at night
Then, make everything bright
For she's a hopeless romantic
Though her soul is tragic

She'll dive into abyss
in exchange of momentary bliss
She'll love, then, risk it all
So please, don't make her fall

If you'll offer your hand to her
Don't ever take it back, bear!
She may be complex and difficult
But please, love all her faults

For her heart is fragile
She's easily wiled
Don't! Don't make her believe
those sweet lies, don't dare deceive.

The Other Side of Midnight

While the world sleeps so serenely
As night sighs, as moon hums from above
She gets up, then watches shadows quietly
There in her corner she sits
like a brooding dove.

Unable to sleep, she waits
For her rendezvous with sorrow
Her meeting with such unequaled fates
Makes her dread for tomorrow

A flicker of light won't ignite
a hope that once there was
This storm continues without respite
as she hides in her joyful mask.

Marilyn

Behind the centerfold
in all the glitters that consume
her life which lives in fame
seems a fancy dream

So, why does she roam
around a crowded hall
with empty gaze, unsmiling
with heavy steps, walking?

Lost in the chasm
of lonely thoughts in her head
She turns to the camera
then, stares at her own replica

Who is this girl
covered yet bared?
To the world she appears lovely
But, everything in her is a parody

Who is this woman
That needs to be saved?
From all those prying eyes
From all her silent cries.

Bared

One night,
when all the world was asleep
She who was shuddering in cold
Struggled to look for something to hold
While she, oh she was stripped!

Darkness looked impudently sly
Which took away her innocence
Then covered her in sins
And fed her too much lies

While the moon seemed scared
That it retreated in solitude
With agony, she stood
Then waited to be heard

She wallowed in pain
While the beasts ravished
All her hopes vanished
Her precious life was stained

Then sky suddenly cried
But the filth lingered still
It couldn't drown the will
To end her agony, she tried.

She's Not Sober Anymore

If only she'll get numbed
to not feel, to deny
that once, she too was dumb
So, in her drinks she'll rely

To hide the scars, the pains
she counts the shots
for a love put in vain
while she stains her mat

If only she can hide
behind that comely smile
lurks her darker side
-a heart that's vile.

Trembling, she empties
the glass, with so much urge
she counts, then reaches twenty
still, she can't be purged

Eulogy

Silence. Only silence we hear
No rustling of leaves,
nor humming of the wind
As if they too mourn
For you who are so dear
This, this maybe your end.
Silence it was
like the day you were born.

You look serene now
Maybe the angels rejoice
Run to them, let them embrace
your poor soul. So, take a bow.
Leave all the burdens
forget the noise
Rest. Walk away with grace.

You are a beautiful memory.
Though scarred for a hundred times
You're a wonderful masterpiece
perfected despite the agony
of living once a life
of lemons and limes
When your sleep
was devoid of peace.

A Beautiful Pain

She sat there.
With her hands tied while staring
at the horizon above, remembering
the day when she was still free
and wild and young, she was in glee.
Yes! She sat there.

In her iron cage with a forlorn face
She sat there.
While her eyes showed a hallowed gaze
an emptiness that ushered sobs
made her heart stop to throb.

Yes, she sat there.
An apparition with a dainty look
Her life seemed an open book
written in disguising words
waiting, hoping for their accords
She sat there.

Wandering, her thoughts wondering
while the rust slowly ate her clasps
She's withering.
She sat there.
Inside, the tears strained her purity
She sat there...with uncertainty.

2am

The clock strikes at two
while the lights flicker
you stare at those shadows
that seemingly bicker.

While the world's asleep
and the night is dead
You silently weep
for tomorrow, you dread.

Then the crickets' cries
remind you of a pain
from uttered lies
of your lover's chain.

While dawn chases
the darkness away
There are distant voices
that urge you to stay.

Gone is the hope
for shared laughter
What remains is a rope
that binds you forever.

Lily

There you are, hanging
your petals, lolling
Once you were alive, fighting
amidst stormy weather, surviving...

Then came along the odds
of being such a beauty
covered in mud
In darkness you blossomed like buds
with that peaceful look
you once had.

You are a promise of serenity
of a vow spoken for eternity
You are a symbol of endless beauty
that lasts eternally.

But when you are lain in my casket
you're merely a flower in a basket
As my heart dies
and turns into ashes
My lifeless body is covered
in blankets.

The Girl With A Broken Dream

When she was ten and young
She would look up and count the stars
Then point to one, she would sigh
The star she crossed would heal her scars
Again...she would sigh.

When she was twelve and eager
She would tell the moon
Not to get her swooned
Then she would bow, she would cry
the moon slept, again she would cry.

When she was twenty and carefree
She would whisper under the sun
So, the sun could allow her to run
and hide the fears that crept
behind her disguise, she wept.

When she was thirty and anxious
She would dance with the wind
Unmindful of the stares
always she would dare
For the wind would ease
the dilemma she faced.
When she was forty and thriving
She would sing with the waves
while tears cascaded
When love had faded
the waves seemed to wash
the innocence behind her mask.

25

She Loves, She Writes

She writes, then, she loves
As if a rainbow is painted above
in all its magnificence
her passion is without pretense

She loves, then, she writes
All the burning desires inside
Like magic, she conjures
a fairytale of two lost souls

She writes about her heart
and creates a perfect art
in such vibrant colors
worn by the man she adores.

She loves in rhythmic tunes
that tell about her songs
of devotion, of loyalty
She writes in perfect harmony.

Under the Sunset

She watches the golden sunset
While her tears cascade in silence
Her heart is heavy, she's in grief
For a love celebrated in his absence

Today, while she remembers
The first time she gave her heart
To her man in one sunny April
But why are they now apart?

She watches couples entwined
In an embrace for all to see
Oh, how they look so divine
To express their love freely

While she sits on a wooden bench
Alone and drowning in sorrow
For a thirst that can't be quenched
For a love that's borrowed.

There's the golden sunset
And for one fleeting glance
She turns in her heart's behest
She walks in her regretful stance.

Manikang Papel

Mukha nya'y iginuhit sa papel
Larawan ng maamong anghel
Katawan ay hinubog ng mga kamay
ng pintor na tila baga kay husay

Unti-unting nabuo ang obra
Ginupit ang perpektong hulma
Binihisan ng makulay na saplot
Sari-saring disenyo ang bumalot

Ngunit tulad ng papel na maselan
Halaga niya'y panandalian
Agad na naitapon sa sulok
Di pinansin at tuluyang nilimot

Huli na nang kanyang napagtanto
Na siya'y binuo para sa isang laro
Sa simula lamang may silbi
Sa huli'y agad isinasantabi.

Laruan na may katawang hubad
Niyakap ng pag-ibig na huwad
Ngayon isa na lamang ala-ala
Iwinaksi na animo'y basura.

Ang Wakas Patungong Simula

Sisimulan niyang buuin
ang nagkabasag-basag na salamin
ng kanyang madilim na kahapon
na sinubok ng paghamon.

Kung di man niya mabubura
ang lamat sa likod ng maskara
pipilitin niyang idugtong
ang bawat pirasong ibinubulong
ng aninno ng nakalipas
kahit di mabuong ganap.

Lalakarin niya na nang papalayo
Tatalikuran ang bawat yugto
na pumunit sa natitira niyang dangal
nang minsan piniling maging hangal.
Upang muli niyang matagpuan
ang sarili na kaytagal nang naligaw.

Ihahakbang na ang mga paa
bagama't may bigat na nadarama.
Patungo sa umagang hindi siya kaulayaw
at sa mga gabing ang ilaw ay mapanglaw.
Upang sa muli ay maaninag
ang pangako ng panibagong liwanag

Hindi na muling lilingon
at magmumuni sa nakaraang panahon.
Kanya nang tatahakin ang landas
Ppapalayo sa sandaling nagwakas
upang yakapin ang simula
na hindi na muling lumuluha.

A Broken Heart

Hush! This ends now.
This vagabond heart that travels somehow
Shhhh! This defeaning silence
Where? Oh, where is that smooth cadence?

When Stars Cry

And so the stars have spoken
They shall never shine again
Then on their darkest moment
They softly whisper their silent pain

And so the wind that sings its lullabies
Shall never find its lovely tune
For while the stars slowly die
The wind refuses to dance in June

And so the moon crawls back
To its cradle, it retreats in solitude
Like an infant it lost its path
As stars turn to their woeful mood

And so the dawn won't be kissed
And held, and touched so lovingly
For the stars have their tryst
with death. Oh, all so suddenly

The stars that once shone
Now are gone from the sky above
The moon, wind and dawn whine
For the loss of those they once loved

Kiss Her Goodbye

Kiss her before you leave
Pay her the respect she deserves
Don't just turn your back
Tell her it was all an act.

Kiss her while whispering the words
of remorse, for shaking her world
Release her from your deceitful rein
that ties her in shattering pain

Kiss her, then, wipe her tears
Feel the sorrow that lingers
For once, remove your disguise
Answer the 'Whys?' with all your might

Kiss her and help her forget
Let her wallow in regret
Never return and ignite the flame
For she's a prey easily tamed.

Kiss her goodbye, put an end
to those agonies you can't mend
For the last time, give her a kiss
to share the memories of your trysts.

There Goes Her Paradise

There goes her paradise
in vivid colors. What a sight!
There stands her forbidden groom
amidst where flowers bloom.

Then her lad starts to wander
as leaves begin to wither
as the picture slowly fades
and loses its many shades

In a deliberate motion
that sudden, startling notion
to elope with her lover
is replaced with a shudder

There goes her paradise
Tangled in wild guise
of poignant yet sad tale
where love and hope fail.

Almost

I watch how the lonely ocean
kisses the long, pebbled shoreline
As the waves run frantic
They seem serene yet, ecstatic

But every time the water
turns the shore into shatter
It backs off to hide
and escapes with the tides.

You are the ocean
I am the shore
Our lives entwined to the core
But like the water, you retreated
Then made me devastated

You came, then, you left
And so this heart is in disbelief
Your waves of passion were sudden
Now my tears are painfully hidden.

Goodbye, My Lover

You came like a grand parade
Such beauty you beheld
Time stopped, it froze awhile
Ah...that dashing smile!

You bought wonders in a split
of seconds, I forgot to breathe
Those eyes, Oh, how they spoke!
from slumber, I awoke!

But then, it was all so sudden
when I who was ready
to be taken
could not hold you for days
for you need to walk away

You left just the memories
wrapped in rumpled draperies
Begone! Go and take with you
my heart that's covered in blues.

When Will We Meet Again?

When will we meet again?
When will I see those eyes?
When will fate intervene
and our universe collide?

Will tomorrow be the last
of those grief-stricken days?
Will tomorrow link the past
and finally make you stay?

Will we dance once more
and brave the questioning stares
of other pairs on the floor
who openly glare?

When will I gaze upon
the sunset with you beside
and create a perfect hum
while we take a joyful stride?

What Is There To Love?

When she can no longer see
the rainbow after the rain
Blinded by the hurt that he
put her in vain

When she can no longer hear
the birds softly singing
Deaf from the sorrow she wears
Now, she isn't laughing

When she can no longer feel
the sun touches her skin
Numb, it seems so unreal
that anger and betrayal win

When she can no longer taste
the sweet caress of his lips
For he left in such haste
Her heart, oh how he rips!

A Night in Boulevard

One was lonely and cold
The other, fiery and bold
A once in lifetime chance
A love found in a glance

Under the moonlight
in such peaceful night
He uttered a vow so solemn
Never would she cry again

And so they held hands
Then started to dance
Along the sweet music
Ah! It whispered magic

While he offered a kiss
In those stolen trysts
She gave her heart away
To make him stay

But like the night, it faded
The love she openly traded
For a fairy tale written
Those cunning words were hidden

It was not a thing to last
It was a broken trust
Just a stroll in the park
Under the sky that's dark

The memory of his touch
Reminds her much
That he's a heartbreaker
That wounds her forever.

Forget Valentine

He is such a myth
for fools who believe
that true love waits.
Forget him, he's a fraud
covered in fancy gauds.

His heart is black, not red
He mourns not rejoices
For his heart too is dead
and on his demise
his sorrow lies.

Forget Valentine
He is not a holiday
He's not roses and wine
nor chocolates or candies
Simply not a remedy.

He's not a vow
that promises forever
But a curse you allow
his deceit is hidden
A hell beyond heaven.

Forget him, don't fall
for his cunning words
Don't, please, don't crawl!
He coys the innocent
with his alluring scent
like an angel that descends.

When Heaven Kissed Earth

Heaven in all her pride
would never look down
nor bow to surrender
with purity, she never shed
a single drop of tear

While Earth with innocence
looked above his mighty head
Then, saw Heaven without pretense
with vibrant colors ahead.

So, Earth who was beneath
the grounds of desirous souls
Waited for Heaven to bequeath
her heart in full

Then, Heaven finally took a glimpse
of the Earth's wondrous treasures
She sighed in an attempt
to hide her feelings no more.

But their love did not last
for reasons too many
the distance between was vast
So, they parted ways.

Now, Heaven suffers in distress
For a love that perished
And Earth cries in loneliness
for losing the one he cherished.

The Phantom I Love

He's the ghost that breathes
in all his glorifying charm
His memory's on my sheets
that left me much harm

Yes! I killed him once!
Put a pillow over his head
for he lost his chance
So, I wanted him dead.

But, silently I wept
I was diving into abyss
I was shattered and ripped
Now it is him I miss

As I watch from afar
Now with his conquests
I think of the scars
he left in my chest

I buried him, then I
slept beside his corpse
On his epitaph there lies
our precious liaison of sort.

Oh! This sudden longing
drives me truly insane
All the needless cravings
will bring my futile end.

If I Could

If I could write a book of you
All the pages would speak
of words painted in blue
that tell about my heartaches

For every chapter would tell
how I lost my sanity
in loneliness I dwelled
It seemed like an eternity

There would be no laughter
No love letters written
For I'd only known fear
and doubts carefully hidden.

If I could write a book of you
It would have a picture
of a tragic life you drew
for me, your soiled treasure.

Goodbye

Goodbye, such painful word
when memories were shared
and secrets were told
when everything was a part
of a story weaved
in threads of vivid colors
of wondrous deeds

Goodbye, though it seems late
to see the truth beyond
such mortal haze
Those smiles and kisses
and gentle pats
Were all lies behind your facade

Goodbye, as you deny
the cunning words hidden in sighs
the sweet, caring whispers
uttered in times
of sorrow, were just fancy rhymes

Goodbye, now I listen
to the sad melody while tears glisten
A song once sang with much love
is now a sound bared so loud

Memories

There would come a time
that you'd meet someone
A person who'd hold
a place in your heart
Then you would say, "Ah, he's the one!"
Yet in the end, you'd still be hurt.

And you would sit in the dark
remembering the days
When everything was bright and alive
When your heart went astray
and colors were vibrant
and tune bore jives

So, one day when he was gone
You thought for the 'wrongs'
you did somehow
For the 'rights' that you can do now

All you have are memories
written in the pages of your book
with each word that bears stories
of the chances you took

So, you dwell on your past
on the pain that shattered your belief
in a fairytale that didn't last
and the melancholy and the grief.

All the more painful
Now that you see him smiling
with another, he looks peaceful
his eyes are all shining

While you, you sit in the dark
Alone, crying for a love that once was
Tearing your world apart
Mourning for the heart he crushed.

All you have now are distant memories
of moments that left you scarred
Those are now part of a history
to forget...it's just too hard.

How Do I Unlove You?

Should I tell the flowers
not to bloom in April?
Or should I tell the trees
not to dance in breeze?

Should I tell the night
not to greet the morning light?
Or should I tell the sun
to hide after dawn?

Should I tell the sea
not to kiss the waves in glee?
Or should I tell the river
to stop running forever?

Should I stop loving you
when you told me so?
Or should I kill this heart
that chose you from the start?

When you said to walk away
for there's no reason to stay
that there could never be 'us'
at the end of this path.

I could no longer see
The flowers or the trees
Nights and days ahead
Would be all too dark instead.

How would I unlove you
when I no longer know
to run far from your reach?
Without you, I'll break.

Insomniac

I look up at the clock above my bed
I see its hands strike twelve
The midnight hums inside my head
While thoughts of you try to delve

I long for your gentle touch
As I feel this helpnessmess inside
For you who I love this much
And the troubles I wish to hide

I glance at the empty, lonely space
Of ny bed, where you should fill
And set all my passions ablaze
Into such wanton, wondrous thrill

I hear the crickets sing in chorus
As if they too are sad and restless
For this love that's impetuous
A love that knocks me senseless

If I have to steal you from the light
That covers you in an embrace
I would wrap and hold you tight
So I can finally sleep and rest.

How Do You Lose Your Woman

You will.
If you don't see her
For what she wants
For what she needs
If you don't make her feel
that she is loved
that she is dear, indeed!

You will.
If you make her cry.
For all the lost times
that you'd have to stay
by her side.
If you make her lose
her respect in herself
and her precious beliefs.

You will.
If you neglect the moments
that she craves the most
to hold your hands
whenever she feels lost.
If you don't chase after
the girl that she is
who only wants to be appeased.

You will.
If you repeatedly do
the mistakes she forgives
every time you're weak
If you forget the days
that she wants to be swayed.

You will.
If you make her think
that she's still not enough
After all the love she gives.
Yes, you will.
When she finally succumbs
to the pain you always
cause.

Twelve Reasons to Oblivion

ONE, you're a shallow river
but why make me shiver?
TWO, you're quick to tame
for reasons so lame

THREE, your eyes travel
to every woman's trail
FOUR, you're so insincere
that's what I fear

FIVE, you easily lie
Yes! You avoid the 'whys'
SIX, you're insanely passive
Dear, you are elusive!

SEVEN, you wear a mask
So, you're not to trust
EIGHT, you sweet talk
to every skirt that walks

NINE, you're a player
a natural game-setter
TEN, you're a coward
Why not move forward?

ELEVEN, you put on a show
For everyone to know
TWELVE, the simplest reason
From here, I'll move on.

Drifting

Drifting was I when you turned your gaze
as I set sail and left in such haste
Never would I, in that hollowed haze
never, when all had turned in tragic waste.

Once torn
Once crushed
Once broken
When I bathed in despair
When words were left unspoken
When anguish was felt in a single glare

Had I not offered a paradise?
And handed a treasured chest?
Why promised pure lies
when all I gave was my best?

How naïve was I, how willing
Your smile was a bait I took
With a guise and almost fumbling
You came with such innocent look

But never again will I succumb
To your charm, never will I yield
Your memories are now entombed
an indifference I so dearly wield.

Still You

I sailed amidst raging waves
Unmindful of the turbulence
Of the winds in anger
I told myself, "Be brave".
I travelled to make amends
while the sky looked amber.

Gone to search for the shores
That promised new beginnings
For the day you had vanished
I hoped for the cure
For a pain so devastating
caused by a love that had finished.

My traitorous heart
Though it adamantly denied
That t'was you still
Who owned more than half
of this soul inside
You, oh, my perfect thrill!

An Affair No More

I into the depths of our love

L ike children we were in awe
O nly you can prove
V ividly, I saw
E ach stroke of your hand

Y ou my sweet beloved
O ut of the forbidden land
U nder the sky I trod

G uilty feelings of happiness
O utside my metal cage
O ver the written promises
D ear, to you I engaged
B ut destiny is not ours
Y ou and I must halt
E ach tryst in lonely hours.

Love and Pain

T'was when we said goodbye
When we waited the tears to dry
T'was when we both felt the agony
When gone was that sweet melody

We'd been burnt, broken...torn
Our hearts were told to mourn
We were hurt, we were tried
Of time, when love almost died

Once you were gone
I asked myself to run
To be free, to be oblivious
Lost, was a love so precious

But then, when the rain stopped
We saw where we were once trapped
In a cage of pity, of humiliation
Enslaved of our own emotions

Time as it always flies
When you chose to travel for miles
And I for a while was confined
In a space I called mine

T'was when the days were calm
And the nights were quiet and warm
That I began to count
The memories of you that haunt

As I looked at the empty bed
To your arms where I lay my head
I could hear laughters from the walls
That echoed beyond the empty halls

I love you still
Amidst the storms, amidst the chills
Only you can offer such embrace
to this frozen heart with so much grace.

Silent Cries

Do you hear them?
No, you don't!

'cause I kept them silent
During those moments
That I had doubts
Of your promised love.

When I'm all alone
'cause you're not my home
With the empty space
Left by your embrace

I weep without the sound
Like woeful hum
For the sleepless nights
When you're not by my side

With all these longings
For you, sweet darling
Who belong to another
Wishing I am her.

Do you hear them?
No, you don't!

For I'll keep them silent
I will never lament
Even if you're not mine
Still I wait
For our perfect time.

The Phone Beside my Bed

It's ten in the evening
And sleep is still evasive
I glance at the phone beside my bed
and hope for it to ring

I wait like an eager child
Hoping for a sweet surprise
On the eve of her birthday
There's a smile she can't hide.

Every night I stare
At the phone beside my bed
Asking when it will sing
The music that I wait to hear

But when the clock loses its patience
And tells it's an hour that passed
But the phone lies still
Enveloped by a deafening silence

My heart sinks in deep sorrow
Alone again, I will be
Without your "Goodnight!"
I fear for tomorrow.

Here I am crying hopelessly
With only a phone beside my bed
While she's lying next to you
Sleeping so peacefully

Her Forbidden Love

While he holds the woman's hands
Amidst the cheering crowd
She hides from a distance
While he stands so proud

He belongs to another
Oh, her forbidden love!
As she plunges in tears
For the man she can't have

She remains in shadows
For all the world to see
The charade in shallows
A love that isn't free.

For wild, stolen nights
And secret rendezvous
Hidden in plain sight
For others not to know

That she, the 'other' one
Kept from the prying eyes
Whose name is frowned upon
The truth behind the lies

She's the forbidden kiss
Tasted behind the curtains
Of such dangerous twist
An affair so uncertain.

Disguise

And all the while it slowly unfolds
before my eyes, the shimmering gold
once shining, it abruptly fades
all so sudden it turns pale.

And the truth behind its beauty
It unravels a hidden mystery
Alas! The gold that covers it
is in reality a fake!

The glitter that allures
my frail heart and soul
is a disguise you offer
To my innocent hunger

For a love that I thought
was like gold, I bought
But I was so mistaken
for the gamble that was taken.

Sino Ba Siya

Sino ba siyang nanakit sa'yo?
Sino ba itonng di mapagtanto
Ang halaga na nararapat ibigay
Sa iyo na nag-alay
Ng pagmamahal at panahon
Na pag-unawa ang tugon?

Sino ba siya?
Bakit ka lumuluha?
Siya ba ang kinatagpo
Noong ikaw ay tuliro?
Ang wari mo'y laan
Sa puso mong sugatan.

Siya ba na nag-ahon
Na pilit kang ibinangon?
Sa minsang pagkakalugmok
Sa lungkot at dagok.
Siya na ika'y inilayo
Sa rehas ng siphayo.

Upang muli kang saktan
At muli ikaw ay magdamdam
Sino itong nanakit?
Na taglay ay mapang-akit
Na tingin at ngiti
Na agad ding napawi.

Dapit-Hapon

Habang unti-unting yumuyuko ang araw
Mula sa malayo ito'y aking tinatanaw
May lamlam ang mga matang nakatitig
At pawang katahimikan ang naririnig

Nilamon na ng dilim ang liwanag
Ang kulay apoy na siyang tanging sinag
Kasabay nito ay ang unti-unting paglaho
Ng ligayang ninais kong matamo

At sumilip na nga itong buwan
Kasabay ng pag-agaw ng 'yong nakaraan
Sa kasalukuyan kong tila langit
Na sa wari ko'y akin bagama't pilit

Nilingon ko ang huling puwang
Kung saan ika'y aking natagpuan
Hinanap ko ang natitirang ngiti
Na naiwan ng iyong pagkukunwari

Hindi na makapa ng aking pandama
Ang larawan na minsang ipininnta
Dito sa puso kong tila napagod
At sa lungkot ito'y tuluyang nalunod

Sa paulit-ullit na pagtatanong
Kung ako ba? Di mo kailanman tinugon
Di mo man lang pinatahan
Ang pagluha sa tuwing ako'y nasasaktan

Katulad ng gabi na nilupig ang araw
Ang puso ko'y dinaig na ng uhaw
Sa paglaya mula sa panlilinlang
Ng iyong huwad na pagmamahal

Inagaw na ng buwan ang mga yakap
Na dulot ng araw, itinago sa mga ulap
Nang pinili mong bagtasin ang daan
Pabalik sa ala-ala ng iyong nakaraan.

Paalam

Sa byaheng hindi alam
kung saan patungo, kung kailan
hihinto at magpapaalam
sa ala-alang hinabi nang minsan

Sa bawat sandaling paghinto
may maglalaan ng panahon
upang bumuo ng isang kwento
sa pangungulila, siyang tugon.

Sa tagpuan na ikinubli
ang isang pusong ligaw
may sumilay na ngiti
na sa pagmamahal ay uhaw.

Sa mapagpanggap na salita
dahan-dahang umaagos,
bumabagsak na luha
sa damdamin tumatagos

Sa bawat di inaasahang paalam
may naiiwang nasasaktan
sa dahilang di alam
para sa taong di laan.

Paano Ba Ang Lumimot?

Paano?
Kung sa bawat pagpatak ng ulan
ang ibig ay magtampisaw
habang ako'y iyong kasayaw
sabay maglaro sa gitna ng daan.

Paano?
Kung sa bawat paghuni ng ibon
ang nais ay muling marinig
bigkas na pangako ng iyong bibig
at pagmamahal na iyong tugon.

Paano?
Kung sa bawat paghalik ng hangin
ang hiling ay madama
init ng minsan mong pagsinta
at ala-ala mong bilin.

Paano?
Kung sa bawat yakap nitong gabi
ang gusto ay makulong
sa iyong bisig habang ibinubulong
na manatili dito sa aking tabi.

Paano? Paano nga ba?
Kung hindi ko na batid
kung paanong maging manhid
Sa dulot mong lungkot
Paano pa sasaya?

Napapagod Din ang Puso

Ayoko na.
Pagod na ako.

Mga katagang namumutawi
Sa nangangatal kong labi
Habang dumadaloy sa diwa
Mga tanong na gumagambala

Ano pa ba ang kulang?
Hanggang kalian maninimbang
Kung sa bawat bitaw
Ng pagmamahal na isinisigaw

Ay di ko matumbasan
Ala-ala ng iyong nakaraan
Na pilit nanunumbalik
Bakas ng kanyang halik

Pagod na ako.
Ayoko na.

Kung patuloy kitang hahabulin
At magtatanong sa mga bituin
Na ako ba ang itinitibok
Ng puso mong di ko maarok

Pagod na ako.
Sumusuko na.

Sa pangakong mananatili
Lamang sa iyong tabi
Bakit pa ipaglalaban
Ang damdaming talunan?

Tsubibo

Nang sinimulan mong bagtasin
Ang lagusan tungo sa panaginip
Ng iyong kamusmusan, ay iyong nahagip
Ang iba't-ibang kulay ng tanawin

Nagmamadalinng humakbang
Nang may pananabik
Tila ikaw ay nahihibang
Mga mata'y ayaw ipikit

Totoo ba o imahinasyon?
Na ang pangarap na paraiso
Ay sa iyo na nakatuon
Habang nakamasid ang payaso.

Ika'y lumulan nang walang takot
Sa tsubibo tila ika'y nakipaglaro
Dahan-dahan, paikot-ikot
Hanggang sa bumilis ang takbo

Subalit ligaya'y natuldukan
Hindi pala magtatagal
ang lahat pala ay panandalian
tulad ng kanyang pagmamahal.

Kaulayaw

Habang lumulubog itong araw
At ang buwan ay tuluyang ngumiti
Mga bituin ay tila nagtatampisaw
sa batis ng dilim, ika'y magkukunwari

Magpapanggap na tahimik
At mga mata'y susubukang ipikit
Samantalang ang mga ilaw ay nakatirik
Puso mo'y titigil sa pag-awit

Yakap ang sarili, pilit inaalo
Upang tumahan mula sa pagtangis
Kinakausap kahit na anino
Upang maibsan itong hinagpis

Paikot-ikot mga gamu-gamo
na kahit madarang pa sa init
Gayun na lamang iyong pagsusumamo
na tulad nila lumaya kang saglit

Tangan ang lampara, ika'y dudungaw
Sa bintana ng iyong pagkakasakdal
At doon ay iyong matatanaw
Minsan mong ngiti na tuluyang napagal

Hanggang kailan ka maghihintay
sa isang umaga na ligaya ang tangan?
Hanggang kailan ka sasabay
sa saliw ng tugtugimg hiram?

Ang Lalaki sa Jeep

Unang beses kitang nasilayan
Nakaupo sa may bandang unahan
May bato-balani ka yatang dala
Kung kaya't ako'y napahanga.

Simula noon ako'y humiling
Na sana tayo ay pagtagpuin
Kaya't gayon na lamang ang aking ngiti
nang mamasdan kang muli.

Sa aking tabi ika'y pumwesto
Sa gulat nalaglag yata ang puso
"Mama, bayad! " sabi ng iyong tinig
Musikang tunay sa aking pandinig

Lumipas ang mga araw at buwan
Hanggang umabot ang tag-ulan
Sa tuwina tayo'y naglalakbay
Sa parehong jeep, tayo'y nagkasabay.

Gustong-gusto kong ikaw ay kausapin
at ngalan mo'y aking alamin
Ngunit mas pinili ko ang magtiis
Nakontento na pagmasdan ka nang tahimik.

Abot-kamay ka, ngunit bakit kay layo?
Hanggang nakaw na sulyap na lang ba ako?
Kaya't isang umaga ako ay nagpasya
Sige na, lalapitan na kita.

Puno ng pag-asa, ako'y naghintay
Sa parehong lugar na ika'y sasakay
Ilang minuto hanggang ilang oras
Hindi naaninag ang iyong mga bakas.

Nasaan ka? Ang tuliro kong tanong
Bakit? Sa sarili'y bulong
At muli ang araw ay naging buwan
Hanggang umabot sa panibagong tag-ulan.

Hindi na kita muling nakita
Hindi na rin muling sumaya
Sapagkat noong araw na ika'y naglaho
ang huling beses na tumibok yaring puso.

Marupok Mong Ngiti

Nakatayo siya sa may bandang pinto
Pinto ng iyong nakahimlay na ala-ala
Muling pumapasok, nagsusumamo
Sa kabila ng biglaan niyang pagkawala

Siya na minsan mong minahal
Sa panahong ika'y iginupo ng lungkot
Sa kanya na ikaw ay nakasandal
Nang ikaw ay balot ng poot

Pinasaya nang ilang sandali
Nilambing, sinuyo at pinaasa
Nangako nang walang pasubali
Upang sa huli, iiwan nang bigla.

Ni hindi man lang nagpaalam
Ni walang sinabing dahilan
Di alintana ang pagdaramdam
Ng tulad mong lagi na'y nasasaktan

At ngayon muli siyang sisilip
Na animo'y walang nangyari
Gigising sa puso mong naidlip
Pupukaw sa uhaw mong labi.

Isandaang Tula

Inipon ko ang mga salita
ang mga titik at himig sa bawat saknong
Sa bawat linya na naglalahad
ng matalinghagang mga tanong

Naririnig ang lahat ng daing
ng pusong ginupo na ng lungkot
At mga luhang animo'y ilog
na sa mga mata'y umaagos

Isandaang tula ang naisulat
sa pagsintang lagi na'y binabalewala
At tanging mga tugma ang sumasalo
At mga letrang tila nagluluksa

Isinulat ko na ang hinagpis
ng puso kong sinasaksak ng punyal
Pagkat di ako ang pipiliin
sa kabila ng aking pagmamahal.

Isandaang tula, isandaang dahilan
Upang magpatuloy na muli
nang hindi hawak ang iyong kamay
at ang mga ala-ala ay tuldukan.

Ligaw

Ilang beses ka bang makikipag habulan
Sa tila kay ilap na patak ng ulan?
Na bilangin mo ma'y di matanto
Katulad ng huwad na pagsuyo

Hanggang kailan ka iindak
sa saliw ng tugtuging hamak?
Na kahit sabayan ng musika
Mga puso'y di pa rin magtugma

Saan ka ba dadalhin
ng mapusok na ihip ng hangin?
Na nagtulak sa'yong sumugal
Sa ligayang di maaring magtagal

Patuloy ka bang mananaghoy
habang nadadarang na sa apoy?
Na tila umaasang may bukas
Sa akalang pag-ibig na wagas

Hanggang saan ba ang hangganan
ng pusong lagi na'y nasasaktan?
Hanggng sa dulo ba ng bahag-hari
Matatagpuan matamis na ngiti?

Ako Ba?

Pinili kita nang walang pasubali
Pinili kita sa dahilang di mawari
Muli...
Pipiliin ka kahit pa na masaktan
Kahit bakas sa'yo ang alinlangan

Pagka't sa bawat araw,
na ang pipiliin ay ikaw
Mababakas ang mga ngiti
sa kabila ng madalas na paghikbi
sa pangungulila
sa pangangamba...

na kung ikaw naman
ang siyang mabibigyan
ng tanong na kung ako ba,
ang pipiliin mo'y ako rin ba?
Ako ba na ang iyong ngayon,
o siya na bahagi
ng iyong kahapon?

Pipiliin mo ba o itatatwa
ang pag-ibig na aking panata?
O mananatili ka sa pagbagtas
sa daan ng minsan
na pangako mong wagas?

Pipiliin mo ba ang ngayon na tayo?
O patuloy kang aasa sa dating kayo?
Pagka't sa araw-araw
na ikaw ang pinipili
Dama ang lumbay, dama ang hapdi
na di pa rin ako
ang sa iyo ay bubuo.

Isa...Dalawa...Tatlo

Magbilang tayo...
Simulan natin sa isa
Noong mga sandaling nariyan ka
Noong una kang kumatok
At sa puso ko'y pinapasok

Magbilang tayo...
Dalawa, nang minsan mong sinambit
Pagsinta na kahit saglit
Ay nagbigay ng sigla at ngiti
Sa pusong lagi na'y sawi.

Magbilang tayo...
Tapusin natin sa tatlo
Kasabay ng iyong paglaho
Tila tinangay ng hangin
Ang bigkas mong pagtingin

Pagbilang ko ng tatlo...wala ka na.
Isa...dalawa...ibalik natin sa isa.
Bakit kay hirap?
Paglisan mo ay di matanggap.

Paglayo

Binilang mo na ang mga hakbang
ng mga paang di alam
Kung saan tutungo, kung saan tatakbo
Hahabulin ba o tuluyang hihinto?

Ang nakaraan na pilit mang iwaksi
patuloy mong kinakandili
Umaasa kang siya'y lilingon
Muling babalik sa inyong kahapon.

Ngunit minsan niyong pag-ibig
ngayo'y isang malungkot na himig
na yumayapos sa malamig mong gabi
kasabay ng tahimik mong paghikbi

Kaya iyo nang simulang bilangin
Hakbang papalayo, ibulong na sa hangin
mga ala-ala na sabay niyong binuo
pagkat di na ikaw ang bago niyang mundo.

Huling Tula Para Sa'yo

Isusulat ko na ang huling tula
Para sa'yo na siyang may akda
ng pagdadalamhati at pananangis
Ng makatang ito, na paglaya ang nais.

Ang bawat taludtod ay may bakas
ng kahapong masalimuot ang landas
Bawat titik ay may taglay na liriko
ng iginuhit mong madilim kong mundo.

Ang bawat saknong ay may tugma
Na nagpapayahag ng pait at dusa
Na minsan kong kinasadlakan
Sa poot na tila walang hanggan.

Ang bawat linya ay umaawit
ng musikang puno ng hinagpis
Hubad sa indak ng pagmamahal
Himig ng pusong sadyang napagal.

Ang bawat baybay at sukat
hihimayin mga letrang huwad
Tulad ng pag-ibig na hinabi
Mula sa mapanlinlang mong mga labi.

Isusulat ko na ang huling tula
Para sa'yo, nang di alintana
Ang luha na unti-unting bumubuhos
at ang pluma ay sadyang sinusubok.

Hindi Ko Na Batid

Hindi ko na mabilang
Kung ilang luha ang pumatak
Sa mga matang kulang
Sa sigla at halakhak

Hindi ko na masukat
Ang lalim ng kirot
Sa tinamong sugat
Paano ba ang lumimot?

Hindi ko na maarok
Kung hanggang saan
Hahantong ang pagsubok
Di alam ang hangganan

Hindi ko na mawari
Kung ako ba'y magpapaalam
Sa iginuhit na sandali
Tulad ng buhay na hiram.

Hindi ko na mabigkas
Ang salita ng pagsuyo
Na sa tuwina'y may bakas
Ng huwad na pangako.

Labinlima

Kinse...
Yan yung minuto na sinukat
ang haba ng byaheng pabalik
Saglit kung tutuusin, di sapat
Upang magnilay at maglaan ng hikbi

Kinse...
Sandali ngunit bakit?
Tila kaylungkot ng bawat takbo
ng minuto na dulot ay sakit
sa damdaming lagi na'y itinatago

Kinse...
Habang umiikot ang gulong
ng sasakyan na ikaw ang lulan
Tila baga ito'y paurong
pabalik sa panandaliang minsan

Kinse...
Kasabay ng paghari ng dilim
ang pag agos ng luha
Mula sa lumbay na kinikimkim
ng puso mong nagdurusa

Kinse...
Ganun lamang kabilis
Ang kanyang biglang pagdating
At ika'y maiiwan sa kanyang pag-alis
Muli, puso mo'y mahihimbing.

Sa Pagbuhos ng Ulan

Tinanong ko ang langit
Nang minsan ito ay lumuluha
Bulong ko ay, "Bakit?'
Ano ba ang nagawa?

"Kasalanan ba ang magmahal?"
Wika ko sa ulan
Habang ako ay nangangatal,
"Bakit ako nasasaktan?"

Muli ako'y tumingala
Nang may pagsusumano
Ginalit ba si Bathala?
Kalian ba hihinto?

Kalian ba matatapos
ang lungkot na nananaig?
Ang lumbay na bumabalot
Saan pa isisilid?

Singdalas ng mga patak
Ng ulan ay ang bilang
Ng tahimik na pag-iyak
Habang minamasdan
Ang unti-unting paglaho
Ng pag-asang muli
Na makakatagpo
Ang isang bahag-hari

At kung ito ma'y darating
Kasama ba siya
Na lagi kong hiling
Siya na aking ala-ala

Di Na Muling Magmamahal

Di na muling magmamahal
At susubukang buksan
Ang puso na tanging iyo
Di na muling susugal
Sa akalang walang-hanggan
Di na muling tutungo

Sa minsan na ating binuo
Na animo'y makulay na obra
Ang larawan ng ating pag-ibig
Iginuhit sa lona na punong-puno
Ng matingkad na kulay at mahika
Sa saliw ng malamyos na himig

Ngunit tulad ng isang katha
Ang lahat ay kumukupas
Ang kulay ay pumupusyaw
Kasabay ng pagpatak ng luha
Ay ang mga nasayang na oras
Nang pinili mong bumitaw.

Di na muling ngingiti
Sa mga pangakong huwad
Upang di na masaktan
Di na muling mabibighani
Sa kariktang hubad
Di na muling magmamahal.

Kung Di Mo Man Mahanap

Kung di mo man mahanap ang iyong sarili
Sa mundong ito na puno ng pagkukunwari
Kung di mo man tuluyang maramdaman
Ang tunay at tapat na pagmamahal

Humakbang ka nang dahan-dahan
Patungo sa lugar kung saan
Matatagpuan ang yayakap nang mahigpit
At tatanggap sa'yo nang di pilit.

Limutin mo ang kahapon
na sayo'y naglugmok at humamon
na nagdulot ng bangungot
at isang matinding dagok

batiin mo ang isang umaga
nang walang pangangamba
hayaan mong muling mamasdan
ang liwanag pagkatapos ng ulan.

Sabi Nila

May nakapagsabi sa akin
Na ika'y nasa kanyang piling
Na madalas kang dumadalaw
Sa kanya na aking kaagaw

Sa mga araw na ika'y wala
At di mahagilap ng aking mata
Ika'y palihim na nakikipagtagpo
Kaya ako ngayon ay tuliro

Di ko na matukoy, di na alam
Kung ano ang mararamdaman
Sa tuwing may naririnig
Parang sasabog na ang dibdib

Alam mo ba ang dahilan
Kung bakit ako nasasaktan?
Dahil minamahal kita
Sa kabila ng mga pagdududa

Na baka di nga ako
Ang laman ng iyong puso
Na baka siya pa rin
Ang nais mong angkinin

Saan ako lulugar?
Ako na handang sumugal
Pagka't ninais kong piliin
Ang taong di magiging akin

Hindi ba't iyong pangako
Na iingatan itong puso
Ngunit bakit di masagot
Ang tanong na puno ng takot?

Ako ba o siya?
Ba't naririnig ko pa
Ang pangalan ng iyong kahapon
Siya pa rin ba hanggang ngayon?

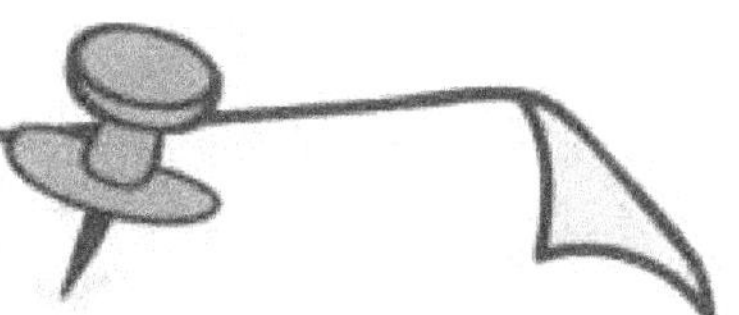

A Renewed Promise

You bloom in golden shades
Like sunlight, you shine in perfect rays
You're a sight to behold
in a lovely morn, in early trades.

The Smile She Wears

There's a spark that you can see
on her eyes while she speaks
As if the stars dance merrily
Down her shiny, brown cheeks

And eveytime she stares
A love though unspoken
is bared, as she quietly shares
a heart that has finally fallen

There's her genuine smile
that reflects a happy feeling
of a heart that slept for a while
now it completes her being.

And oh, when she laughs!
The sound truly reverberates
a melody that often grasps
her uttermost state.

There's a spark in her eyes
that ignites a beautiful flame
then, she wears her smile
while she whispers his name.

Once Again

She was hurt
Many times, she was hurt
She was in pain
Many times, she was in vain
But it was when
You came with a promise
That pierced through her heart
That she won't be hurt
That she won't cry again

You love which inspires
Her truest and deepest desires
This time, she's happier
This time, oh this time
It's better
You make her smile
Everyday, she smiles.

Will You Love Me Tomorrow

Will you?
When the years had taken
My youth and my eager walks
When this soul is forsaken
And gone are the lively talks

Will you?
As time takes a heavy toll
As it shows in my gnarled hands
That I, once so whole
Becomes half, without much grand

Will you?
When beauty has faded
Will you stay 'til the end?
Those who sweetly paraded
For my love may refuse to bend

Love me still...
Even if fate has claimed
That I, who live for thrills
Must put mem'ries framed.

Yours

I look at you and I see
A love that sets me free
from all this grief
from all this pain
You are the love
that keeps me sane.

I touch your hands and I feel
emotions that are so real
To you I surrender,
I yield
my heart that's torn
in pieces, which once bled.

I kiss your lips, and I devour
your scent that brings wonders
to this wounded soul
to this broken dream
that imprisoned me
before you came

You are the smile that I wear
You are the sound of my laughter
You are mine and I am yours.
Forever I will be yours.

Forbidden

Your taste lingers
on my sinful lips
Your body on my fingertips
satisfies my hunger.

As you slowly devour
my luscious curves
This sudden urge
consumes my hours.

Then your hand touches
my intimate secrets
Where it lies the deepest
as our rhythm matches.

For You

The sun may hide behind the clouds at times
Darkness may envelope the promise of a morning
light
Yet never forget that in such gloomy days
Grab the hands of that person who stays

When the rain pours and you get soaked
Be wary and put on your cloak
When it starts to feel lonely and cold
Worry not, her heart is willing to hold

Thunders may shake your faith
But please learn how to wait
This too shall pass, you'll see
Be brave, be patient and be free.

You are beautiful, never believe the opposite
You are rare, just please don't quit
For life is sometimes has its ups and downs
You are tested, so never frown.

Longing

How I wish you were here
beside me, to wipe my tears
How I wish you were true
for this heart's so blue

But my love I think
will shatter in a blink
for I am torn
but I'm afraid to mourn

Will I give you my heart?
Will you not tear it apart?
These are the thoughts
that bother me the most

The road is long
confused where I belong
Is it true you'll stay
or will you just go away?

Clandestine

Can I be with you even for a day
When everything turns away?
Can I spend the night in your arms
when life is in utter sham?

Will you wake me each morning
with a smile that keeps me humming?
Will you take my hand
with care? Please, help me stand.

Walk with me as I go
To places where I want to
Run away with me now
Let's forget your solemn vow.

Oh! How I long for your touch
Why do I miss you so much?
If only I can cherish you and hold
If only I can be brave and bold.

In a Sea of Seven Billion

In a sea of seven billion
You stand there amidst the crowd
With a smile so comely and proud
I see you,
In a sea of seven billion.

Though tomorrow holds no promise
What matters more is today
When I can hold you for a day
As you offer joy that's endless.

In a sea of seven billion
You open your arms and embrace
This poor soul that's in disgrace
I choose you,
Among those seven billions.

Though fate wishes to end
A love behind our story
I'll stay, for you I'll stay
And let fate make amends.

There's a Story of Us

There's a story of Us
which was written by fate

One gloomy afternoon
when the world had mourned
our universe collided
in a sudden crash
you captured me in a flash.

There's a story of Us
which uttered in whispers

You were held in captive
"You're pretty!", you said.
And I just smiled
unaware, it caught me
it was you, finally!

There's a story of Us
which sang in silence

You wanted my trust
You vied for my heart
Then, I surrendered
and gave you my soul
you had me in whole.

There's a story of Us
which never ends

There will be Us
always, there will be us
while the world still mourns
we will stay no matter what
because the story is Us.

A Star That's Mine

As I traverse this darken path
while this heart is covered in wrath
there's this lone star above
which shines with so much love

It covers the night freely
and steals me away from agony
those mem'ries which painstakingly
haunt
a past that with sorrow it chants

This star which hides in shadows
that brings a promise of tomorrow
I shall hold unto its light
Til' there will come a day so bright

This star that makes me smile
amidst this world that's vile
If only I can wrap it in my embrace
and love it with so much grace

97

My Love From Afar

He is a star that shines
in my darkest evenings
A moon that whines
and keeps me smiling

He is a poem I write
with all these passions
then, with words I recite
these sudden emotions

He is a sweet lullabye
that rocks my cradle
in this world of lies
he's a real wonder

He is the rain that pours
and washes away my tears
a man I so adore
whom I love without fear

I'll wait for tomorrow
for him, I'll stay
There'll be no more sorrow
with him, I pray!

And So I Asked

I asked the moon why
I love you this much
And the moon just gave a sigh
It too had no answer
Why I feel such.

I then, asked the stars
why my heart beats for you
despite all these scars
But it only blinked and said
"I really don't know."

So I turned to the wind
"Why him?"
I whispered
It hummed once again
And left me in solitude
For words not uttered

Then they all turned to me
And asked the same
"You could love one from many,
why him?"
"Why sing his name?"

I stared at my reflection
And saw the smile
The image in my vision
is a vivid picture
of love, of glorious desire.

The Day You Owned My Heart

It was when you first tried
To pursue my untamed heart
And you showered me affection
That set my world in motion

It was when we first kissed
That made my body weak
That moment in your embrace
I was totally amazed

It was when I was alone
With you, that I felt home
While you whispered in my ears
The things I wanted to hear

It was when I took the risk
Of falling for your sweet lips
That I finally saw
How I desired you so.

It was the day you owned
This fragile heart, I swore
That I would be only yours
Yours and yours alone!

Sweet Poison

You are rare
So precious but deadly
The beauty of a flower
That captures me badly

You are forbidden
Not a thing to hold
Like a poison hidden
A character so bold

You're lethal yet sweet
A dose for my despair
So, I took the risk
For such lovely affair

You bloomed in spring
When I was so down
With you I sing
A song without a frown

If you are my death
That so it shall be!
If it'll be my last breath
You'll be my silent plea.

My Constant

With you,
There's always a chase
Seems like a tiring race
That makes my heart swoon
In such erratic motion

Sometimes you're a beast
That plunders my innocence
Tyrant to say the least
Fierce in all essence

Often you're a saint
With all that gentle smile
So full of self-restraint
I am truly mesmerized

You are difficult to love
Yes, a wide labyrinth
A puzzle to be solved
That drains my strength

Yet, I can never hide
From your powerful claws
I remain at your side
Even after all the rows

My nightmare, my dream
My tears, my laughter
Yes, my selfish whim
On the morning after!

Sa Kanya

Bibilangin ang mga bituin
At mangangakong ito'y susungkitin
Upang mamasdan kanyang ngiti
Sa mukhang may bakas ng hapdi

Tatahakin ang daang matarik
Nang may saya at pananabik
Upang marinig kanyang halakhak
Mula sa pusong minsa'y hinamak

Susuungin ang bangis ng unos
Dulot ng kamay na nakagapos
Upang sa huli'y mamataan
Ang taglay niyang kariktan

Pagkat sa bawat niyang hiling
Na balutin ng paglalambing
Ay handa kang sumugal
Sa kanya na tangi mong mahal.

Hiram Kong Pag-ibig

Hindi ko man pag-aari
Nang buo ang iyong puso
Sabihin man na ako'y kahati
At mananatiling itatago

Ikaw pa rin ang pipiliin
Kahit na magkubli
Kahit pa hamakin
At iturinig na pagkakamali

Mamahalin kita
Nang walang alinlangan
Kahit na di Malaya
Sa iyo ako'y nakalaan

Kung sa bawat halik
Na iyong ibibigay
Ay may kasamang pait
Ang pag-ibig na alay

Kung di man mayakap
Sa gitna ng dilim
Na ikaw ang hanap
Ng pusong naninimdim

Mamahalin ka pa rin
Nang buong-buo
Kasalanan man kung ituring
Kamuhian man ng mundo.

Cool Off

Paulit-ulit mong sinasabi
Na paglayo ang tanging paraan
Upang Makita mong muli
Ang minimithing katahimikan

Di mo man lang napagtanto
Na habang iyong binabanggit
Ang katagang, "Di muna tayo."
Ay pinapatay ako ng sakit

Dahil kahit lumihis ka ng landas
Kahit pa subukin mong lumimot
At itapon itong lahat
Mananatiling magmumukmok

Dito sa sulok kung saan
Tahimik akong maghihintay
Sa iyong pagbabalik sa daan
Na una mong hawak ang kamay

Kahit piliin mong sumuko
Hinding-hindi bibitaw
Talikuran mo man ang pangako
Di kailnman aayaw.

Kaya't bilisan mo ang hakbang
Pabalik sa aking yakap
Itong puso na sa'yo lamang
Iginuguhit sa ulap.

Tuwing Takipsilim

Tuwing takipsilim mamasdan
ang pagniniig ng araw at buwan
habang itong araw ay papaalis
at ang buwan ay palihim na sisilip

Iglap man ang pagtutuos
ng mga pusong nakagapos
Dulot nila'y kuwento
na puno ng pagsusumamo
.
Na sana'y may oras pa
na kanilang madama
init ng mga yakap at halik
at pag-ibig na di masambit

Habang ang araw ay namamaalam
upang matunghayan itong buwan
may kirot na tila punyal
na tumatarak sa dibdib ng banal

Ikubli man sa likod ng mga ulap
ay tuluyang nagiging ganap
ang pagsasamang saglit
na hinango sa isang awit

Tuwing takipsilim nagtatagpo
mga pusong tuwina'y bigo
na magmahal nang may laya
na tanggapin nang may pag unawa.

Minsan na kanilang hiram
gigising nang may puwang
sa didbdib, at mangungulila
habang sa takipsilim, umaasa.

Kung Di Rin Lang Ikaw

Kung di rin lang ikaw ang mamahalin
Mas mabuting mag-isa at walang umangkin
Pagkat ang ibig ko ay ang iyong yapos
Na sa aking katawan, siya lamang hahaplos.

Kung ang bulaklak na may taglay na bango
Ay sinasamyo ng isang paru-paro
Ang nais ko'y iyo ring patuloy na suyuin
Hanggang mahalina ng iyong paglalambing

Kung di rin lang ikaw ang liwanag
na aakay sa aking madilim na magdamag
Hahayaan ko na lang na malungkot
At igupo ng tuluyang pagkabagot

Kung di rin lang ikaw ang siyang dadampi
ng matamis na halik sa aking mga labi
Mas mabuti pa ang ako'y itatwa
At malunod sa sariling kong mga luha

Pagkat itong aking pagmamahal
na sa iyo lamang nakalaaan
ay mananatili sa aking balintataw
itatago, kung di rin lang ikaw.

Away-bati Kong Mahal

Kung sakali mang di mo na maintindihan
Ang mga gawi kong sumusukat sa iyong pasensya
At sa wari mo ako'y nagdaramdam
Sa tuwing di makita ang halaga

Isipin mong ang pagmamahal
Na pangako kong di bibitaw
Ay mananatiling magtatagal
At di kailanman maliligaw

Kahit na minsan tayo'y away-bati
Pagkat kayraming pilit naglalayo
Ikaw pa rin ang araw-araw pinipili
Magpapahinga pero di susuko

Luluha man tuwing nasasaktan
May panunumbat mang ika'y maririnig
Ang lahat ng ito ay panandalian
At pawang bigkas ng aking bibig

Ngunit sa puso ko'y ikaw pa rin
Ang magmamay-ari ng puwang
Na walang ibang hinihiling
Kundi ikaw at ikaw lamang.

Imahe

Nakapiring daw ang aking mata
Na sa wari nila'y tumatakip
Sa katotohanang nagsusumiksik
Na di ko raw alintana.

Hinahayaan ko raw ang mabingi
Mula sa tamang katwiran
Maging ang hudyat ng hangganan
Ay piniling isantabi.

Hindi ko na raw malanghap
Ang nakadadarang na samyo
Na dulot ng iyong pagba balat-kayo
Ng iyong huwad na paglingap

Tumatanggi raw akong tikman
Ang pait ng unos na nagbabadya
Sa panandaliang dulot ay tuwa
Tungo sa bukas na may hangganan

Pinili ko raw ang di makiramdam
Sa bawat kurot ng pagkalito
At pagtarak ng paninibugho
Na nagmimistulang walang alam.
Subalit bakit ako makikinig
Sa nakikita ng kanilang mata?
Kung di sila lubos umuunawa
Sa tulad kong umiibig?

Bakit ko papayagang matalo
Ang tiwala at pagmamahal
Sa'yo na sagot sa aking dasal
Bakit pa ako hihinto?

Hahayaan ko na lang sila
Sa pangungutya at pagtatanong
Kung bakit wala akong tugon
Sa kanilang panghuhusga.

Ang mahalaga ay ikaw at ako
Na siyang tanging tauhan
Sa kuwento ng pag-iibigan
Na ating hinabi at binuo.

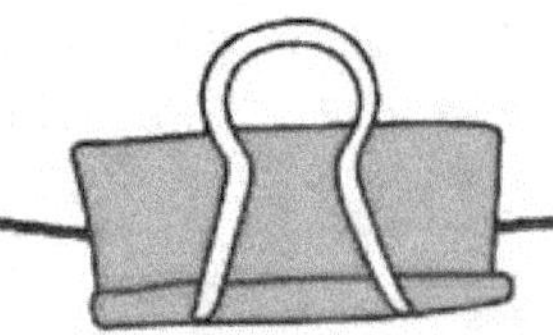

A Whispered Plea

Don't, please don't walk away
I'll sing the song, just stay
I'll dance if that's what you desire
For you, this love will never tire.

Hold Her. Love Her.

This lonely soul you chose to love
was once lost in this world of doubts
So, there will be times that she, oh she,
will throw a fit in ordinary days!

She will cry for such simple reasons
Her mood is like a changing season
She'll love you with all her might
Then, curse and hate you out of spite.

She's difficult, hard to bear
She's a question you need to answer
Like a puzzle that has many pieces,
she's a whole you need to complete.

Yet, you are the air that she breathes
in all her despair, it's you she needs
So, love her. Please, hold her heart.
Tell her, she's your perfect art.

Despite the wounds that won't heal
And her demons that linger still
She's tamed, she's volatile
Beneath her feminine wiles.

Sorry

Sorry,
for the times that I was
a child with tantrums and such
a kid that blabbered
about things and mumbled
If I easily tripped
and for words that slipped
on my mouth, when angered
when my thoughts wandered.

Sorry,
when there were moments
that I refuse to mend
the wounds from your past
that I couldn't easily grasp
If sometimes I treaded beyond
the path where I was bound
to cross between patience
and an endless silence.

Sorry,
If I hid behind the shadows
of my fear and sorrow
that I forgot to trust
your vow to love me this much
If I chose to dwell on my misery
and doubted your sincerity
when times were rough
and things were tough

But know that I love you
with all my heart and soul
to you I give my whole
despite all the struggles
and the endless quarrels
Because for me, you are
my one and only star
that shines my darkest nights
for me, you are my light.

Pwede Ba Kitang Mahalin?

Pwede ba kitang mahalin?
Kahit mali, pwede ba kitang angkinin
Kahit ang mundo ay tumutol
At panghuhusga ang sa akin ay ipukol?

Maari bang makulong
Sa iyong bisig, ako'y ikanlong?
Kahit na hiram ang bawat oras
Kahit pa na humantong sa wakas.

Pwede ba? Kahit na masaktan
Sa kakarampot na ligayang laan
Maari ba? Kahit di lubos
Kahit ang lahat ng ito ay magtapos

Pwede ba kitang mahalin?
Pwede bang ika'y maging akin?
Kahit na sandali, pwede ba?
Kahit sa dulo, di tayong dalawa.

Kulang Pa Ba?

Hindi pa ba sapat
ang pag-ibig kong tapat?
Ang pangakong sinambit
na puso'y sa iyo lamang pipintig?

Na kahit nasasaktan
mananatiling nakalaan
ang kwentong hinahabi
sa panulat kong may hikbi.

Ikaw ang aking bahaghari
sa likod ng unos na di mawari
ang ulan sa bawat tagtuyot
Na binabalot ng poot

At sa tuwing ako'y nangangamba
sa kinabukasan na di makita
Ikaw ang ilaw na naghihintay
sa dulo ng dilim, siyang gagabay

Hindi pa ba ako sapat
kung ikaw ang aking ulap?
na bumabalot sa magdamag
Kapag gabi'y puno ng habag

Kulang pa ba ang merong ako
Sa buhay mong tuliro?
Na tahimik na nagmamahal
Kahit puso'y napapagal?

Hindi mo ba nadarama
ang wagas kong pagsinta?
Ako na sa kabila ng lahat
ay buong puso kang tinatanggap?

Hiling ng Puso

Huwag mong pagurin ang puso
ng taong walang ibang inintindi
kundi ang mahalin ka
nang higit sa kanyang sarili

Pagka't sa bawat magdamag
na siya'y tahimik na lumuluha
sa bakanteng puwang
ng higaan, kanyang naalala

Ang minsan mong pangako
na mananatiling mag-aapoy
ang pagmamahal na alay
sa pusong nanaghoy

Huwag mong hayaang masaktan
Itong pusong ikaw ang pinipili
mula sa kanyang paggising
at paghimbing sa bawat gabi.

Dinggin ang tangi niyang hiling
Na nawa'y hindi maiiwan
nang nag-iisa at nalulumbay
At puno ng alinlangan.

Kapag Dumating Ang Araw

Kapag dumating ang araw
Na di ka na niya mahal
Huwag mong isusumbat
Na siya ang nagkulang

Ikaw ang di nagpahalaga
Sa katagang, "Mahal Kita."
Ikaw ang di naglaan
Ng oras kaya nasaktan

Kapag pinili na ang bumitaw
Sa pangako na tanging ikaw
Baka nga nahanap na niya
Ang tunay na magpapahalaga

Sa pag-ibig na iyong itinapon
At sa sugat na di maghilom
Dulot ng iyong pagkukunnwari
At kasinungalingang hinabi

Kaya't hawakan mo ang ngayon
Na nariyan siya't tumutugon
Siya na ikaw ang pinipili
Sa kabila ng kanyang pighati.

120

SPOKEN WORD POETRY

EBA

Nang hinugot mula sa tadyang ni Adan si Eba
Mundo'y nagkakulay, lungkot ay napara
Sumilay ang ngiti mula sa nilalang na naunang
nilikha
Sa kanya ang lahat ay nagkaroon ng halaga.

Subalit ang ligaya ay biglang napawi
Nang kagatin ni Eba ang mansanas ng pagkakamali
Ang kasalanan ng mundo sa kanya isinisi.
Si Eba raw na may pusong mapaghangad
Ang nag udyok kay Adan
Na sumuway sa batas ng Maylalang ng lahat.

Lumipas ang panahon
Mula kahapon hanggang sa ang ngayon
Si Eba ay patuloy na pinupukol ng mga tanong
"Bakit sa kahinaan, laging ngalan mo ang tugon?"
"Bakit sa kasalanan madalas ang lipunan sa iyo
nakatuon?"

Mula sa damit na kanyang sinusuot
Sa pagnanais na ang sarili ay maipahayag sa
pamamagitan
ng kanyang saplot
Mula sa salitang kanyang binibigkas
Sa paghahangad ng karapatan na sa kanya
nararapat.

122

Si Eba na simbolo ng pagmamahal
Si Eba na datapwa't napapagal ay kailanman di
umatungal
Sa bawat natatamong sampal
Tahimik na bumabangon
Tahimik na nagdarasal

Bakit? Ang tanong ay bakit?
Hindi ba't dapat siya'y tinitingala?
Sa halip na mahalin, bakit kinawawa?
Sa halip na igalang ay nagmistulang api
Hinusgahan nang walang pasubali.

Babae ka lang!
Ang turing kay Eba
Babae ka lang.
Hindi ka dapat umiimik sa di patas na timbangan
ng lipunang bulag
Sa katotohanan na pilit pinapatahimik
Babae ka lang.
Hindi ka dapat naghahanap ng pag-unawa
Sa mga taong bingi sa nagsusumigaw na larawan
ng paghihinagpis.
Babae ka lang. Babae ka lang!

Mga salitang pumupunit sa diwa ng isang Eba
Na kahit patuloy mang saktan
Di alintana ang luha
Di alintana ang pangungutya.
Di alintana ang panghuhusga.

Sapagkat sagot ni Eba
"Babae ako, hindi babae lang!"

"Babae ako, hindi mahina.
Tumatayo para sa mga pinanghihinaan
Babae ako, hindi malaswa.
Naninindigan para sa mga pinagsasamantalahan.
Babae ako, hindi kawawa.
Bumabangon para sa mga sinasaktan.
Babae ako, hindi tanga.
Lumalaban para sa mga sinasabing walang alam.
Babae ako!" Ang tugon ni Eba.

Si Eba na di nangangailangan ng Adan
Kahit apihin, tatayo at lalaban
Hanggang sa huli, mananatiling sandigan
Kanyang GANDA, TALINO. AT PAGMAMAHAL ang
tangan.

Masaya Ka Ba?

Yung inisip mong nahanap mo na ang taong
magbibigay-kulay
Sa buhay mong kay dilim, sa pusong kay pait
Yung inakala mong minamahal ka nang tunay
Nang walang pasubali
Walang konndisyon
Walang hinagpis
Yung inasahan mong 'forever' na tila yata nauwi sa
'never'
Yung second chance na bigla na lang naging last
chance...

Eto ka na naman
Umiiyak...naghahanap...nasasaktan
Tanong mo sa sarili, "Wala na ba akong karapatang
sumaya?"
Sa pagkakasakdal mo sa hawla ng pangamba
Isang tanikala ang nakatali sa mga pa among
pagod na.
"Gusto ko lang naman sumaya!"
Hindi ba't ito ang tangi mong hiling sa kanya?

Nasaan na ang minsan mong sumpa?
Na magmahal kahit pa mawasak puso mong dakila
Nasaan na ang pangako na iyong sinambit?
Na ika'y mananatiling sa katotohana'y nakapikit?
Nasaan, naglalaho na ba?
Ang pagmamahal sa taong minsan mong sinamba.

125

Nakulong sa isang relasyon na puno ng huwad
na pag-ibig at sa respeto'y hubad
Gusto mong kumawala , gusto mang magising
sa isang bangungot siyang tanging hiling
Sapagkat ang puno ay tuluyang napagal
sa paghihintay na sadyang kay tagal.

Tanong mo, "Bakit di na ako masaya?"
Bakit nga ba?
Marahil ay unti-unti nang napundi
ang lampara na siyang tanging silbi
sa dalawang pusong minsan ay pinagtagpo
ng tadhanang sadyang mapagbiro
Bakit nga ba?
Dahil ang lahat ng simula ay may wakas
na kahit anong sikap mong buuin
Ang may lamat at basag na salamin
Wala. Wala nang muli.
Kapag nagpasya nang tumalikod ang pusong
nasawi.

Sasaya pa ba?
Sasaya pa ba?
Kung hindi mo na alam ang pagkakaiba ng
minamahal ka dahil kailangan
o kailangan ka dahil ika'y minamahal
Kung hindi mo na alam ang pagkakaiba ng
minamahal ka
dahil ikaw ay mahalaga
o pinapahalagahan ka dahil mahal ka.

"Gusto ko lang sumaya."
Sa bawat araw ito ang iyong bigkas
na ang paglaya ang tangiing katumbas
Sa isang pagsasamang ni hindi mo makuhang
ngumiti
ramdam ang lungkot, sa tuwina'y may paghikbi.

"Gusto ko lang sumasaya."
Pero bakit ang hirap?
Iyo bang sarili ay di katanggap-tanggap
Mananatili na lang ba na ikaw ay nalugmok?
Sa pagdadalamhati, ikaw ay natupook
ng apoy na dulot ng galit
at ala-alang kay hirap iwaglit

"Gusto ko lang sumaya."
Kung ang ibig ng mga katagang ito
Ay ang naisin mong humakbang papalayo
Patungo sa bagong yugto
na kung saan naghihintay ang taong laan
na magmamahal sa'yo nang lubos at di ka iiwan.

"Gusto ko lang sumaya."
Pabalik-balik, paulit-ulit na iyong binabanggit
na tila halos siyang lagging bigkas ng iyong bibig.

Masaya ka ba?
Tanong na kay simple
pero may kumplikadong sagot
Naaalala mo pa ba ang huling beses
na may sumilay na ngiti sa iyong mga labi?

127

Naaalala mo pa ba ang huling beses na namasdan
Ang kinang sa iyong mga mata sa tuwing kapiling
mo sya?

Masaya ka ba?
Eh, bakit ka nalilito?
Bakit ka umiiyak?
Bakit ka naghahanap?
At kung ang sagot mo sa tanong na ito ay dahil
"Hindi na ako masaya."
Naiintindihan kita.
Kasi ako...kasi ako...
Gusto ko lang din sumaya.

Binabae

Sa bawat kumpas ng iyong kamay
Sa bawat pitik ng iyong balakang
Ay ang indayog na sumasabay
Sa kabila ng mga sipol na may kasamang pagkutya
Sa kabila ng mga panghuhusga.

Binansagang salot ng mga taong nagmamalinis
Na animo'y santo at walang bahid ng dungis
Tinawag na malas ng mga taong hangal
Na ang kapara ay nasa pedestal

Pinukol ng bato ng mga taong hangal
Na ang kapara ay nasa pedestal
Pinukol ng bato ng mga taong akala mo'y perpekto
Pero siyang may itinatagong
Nakakasulasok na baho.

Kaya't anumang pilit mong ilantad
Ang pagkatao sa lipunang kayraming huwad
Sa likod ng masayahin mong anyo
Ay ang pusong dinudurog ng pagbabalat-kayo

Sibo ba ako? Madalas mong tanong
Kung sa bawat pagharap mo sa salamin
Ang iyong nakikita ay larawan na puno ng
paghahambing
Sa kung sino ang ikaw noong ika'y iniluwal

At sino ang nasa repleksyon sa iyong mabasaging
kristal.

Binabalot ng dilim ang pagkataong pilit
nagsusumigaw
Na sa pag-unawa at pagmamahal ay uhaw
Binabalot ng lungkot ang puso na ang tanging nais
Ay lumaya sa kaytagal na pagtangis
Pagka't nang pinili mong bagtasin ang daan
Tungo sa tunay na iyong nararamdaman
Tinahak mo ito nang nakayapak
Habang sa sarili ikaw ay nahahabag

Bakla.
Limang letra na bumubuo sa iyong pagkatao.
Limang letra na sinusukat ng timbangan ng mundo.

Kalian mo ba makukuha ang pagtanggap?
Nang hindi ka nababastos at di ka hinahamak
Hanggang kalian mo ba ipipilit
Na unawain, na igalang, na mahalin?
Dito ba ang iyong lugar sa sulok ng kawalan
Na sa entablado ng buhay
Mananatiling tagapalakpak at di kailanman
papalakpakan.

Saan ka ba nagkulang?
Sa punto ban a iyong pinakinggan ang bulong
Ng babae mong tinig sa likod ng katawan mong
maton?
sa punto ba na iyong hinubad ang maskara

130

Na iyong suot mula pagkabata?
Sa punto ba na iyong sinimulang iwaksi
Ang agam-agam na dulot ng pagkukunwari
Sa punto ba na iyong niyakap
Ang maging babaeng ganap?

Hindi ka nagkulang
Para sa mga taong ang tingin sa iyo
Ay imahe ng pagpapakatotoo
Katanggap-tanggap ka.
Sapagkat nang una mong tanggapin ang iyong
sarili
Pinatunayan mong hindi ka isang pagkakamali.

Hindi ka nagkulang.
Pinili lang nila ang maging mangmang.

Kaya...
Simulan mong tumayo nang may pagmamalaki
Lumakad kang may nakalaan na ngiti
Humakbang ka nang may pilantik
Ang beywang na may kasabay na pagpitik
Tahakin mo ang landas kung saan ka masaya
Pagkat dulot mo ay kakaibang tuwa
Mag-iwan ka ng bakas na magpapatunay
Ng iyong galling at husay.

Tandaan mo, sapat ka.
Hindi ka kulang.

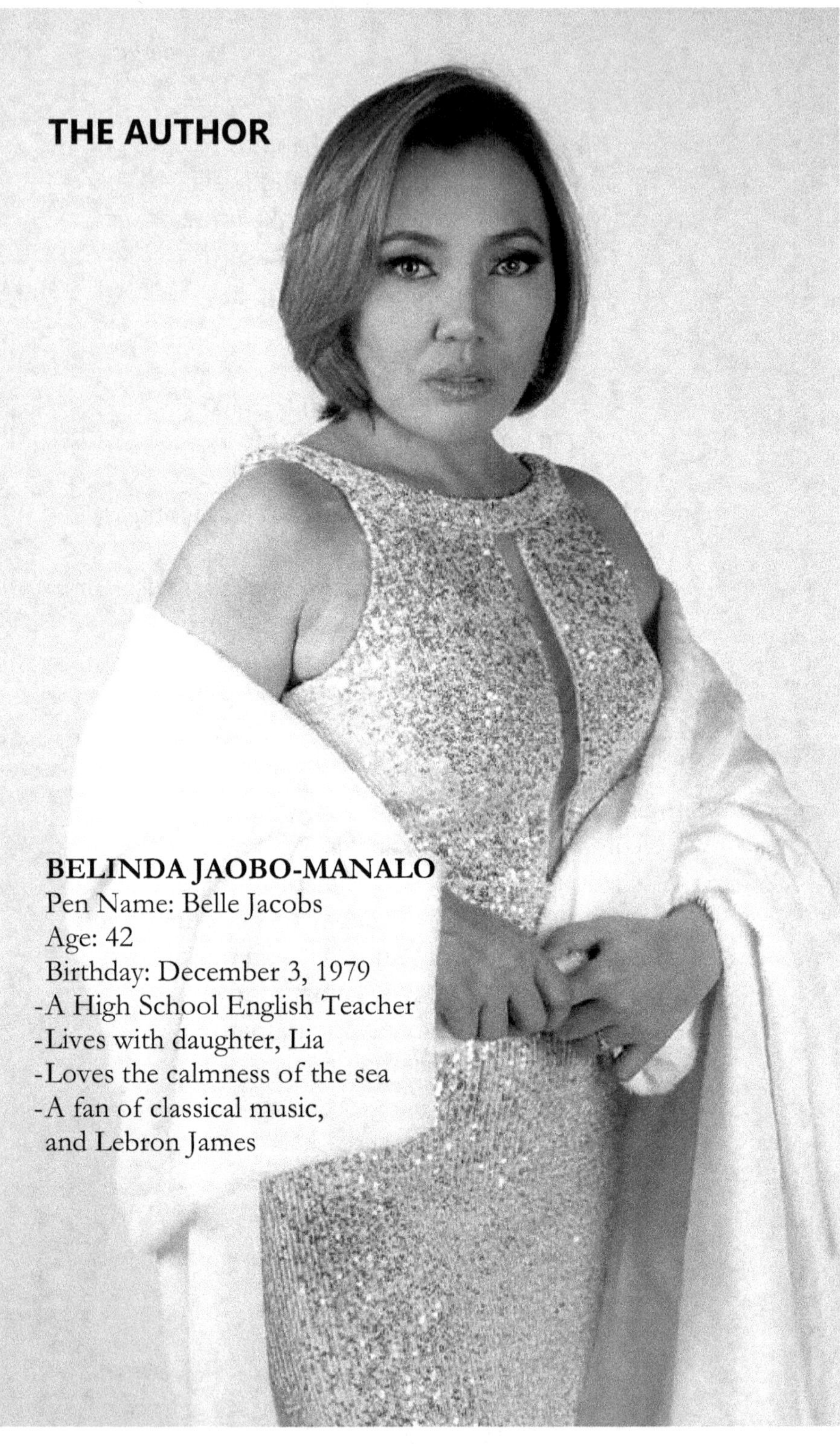
THE AUTHOR

BELINDA JAOBO-MANALO
Pen Name: Belle Jacobs
Age: 42
Birthday: December 3, 1979
-A High School English Teacher
-Lives with daughter, Lia
-Loves the calmness of the sea
-A fan of classical music,
and Lebron James